ஆசைக்கென்ன வேலி

பதிப்பகம்

Aasaikennai Veli

Edited by Saranyadevi Kumaravel

Published by : Poetry World Org.

Publisher's Address : Haryana

 Special credits to Dr.Niveditha and Dr.Nitin Chopra.

Edition : I (2021)

ISBN (Paperback) - 9789390724444

Book Design by POETRY WORLD

ஆசைக்கென்ன வேலி

தலைமை தொகுப்பாளர்

பார்கவி சிவபிரகாஷ்

தொகுப்பாளர்

சரண்யா தேவி குமரவேல்

ஆசைக்கென்ன வேலி

பூமி மீது பாதம் பட்ட மனிதன் முதல் சொர்க்கம் சென்றடையும்
ஆத்மா வரை...
ஆசை இல்லா மனிதன் உண்டோ..?

ஆசை ஓர் வரையறுக்க இயலா மாய ஊஞ்சல்...
ஆசைப்படுவதற்கு எவ்வித
வரையறையும் வைக்காத சமூகம்...
நிறைவேற்றிக் கொள்ள பல வரையறை வைத்துள்ளது...

"சோகங்களையெல்லாம்
விட்டுவிட ஆசை...
கார்குழலில்உலகை கட்டிவிடஆசை..."
என்றார் வைரமுத்து

ஒரு மனிதனின் உள்ளத்தில் தான் எவ்வளவு ஆசை...
வேலியில்லா ஆசை
பலரின் ஆசைகளையும்,
நிராசைகளையும்,
கனவாய் போன ஆசைகளையும் வெளிப்பாடாய் உள்ளே
காண்போம்...

தலைமை தொகுப்பாளர்

இவள் திருமதி.பார்கவி சிவபிரகாஷ், மஞ்சள் மாநகரமான ஈரோட்டை சேர்ந்தவள். இவள் புனைப்பெயர் "கவியின் கவிதை". கணிதவியல் முதுகலை பட்டம் முடித்தவள். இன்று தன் கனவுகளை முழு மனதோடு ஆர்வமாய் பின் தொடர்கிறாள்.

தனது இன்ஸ்டாகிராம் பக்கத்தில் *(@kaviyinkavithai)* ஏறத்தாழ *2500*க்கும் மேற்பட்ட குறுங்கவிதைகள், நீள்கவிதைகள் பல புனைந்துள்ளார். *Spectrum of thoughts*ல் இணை எழுத்தாளராகவும், தன் முதல் கவிதை திரட்டான "*Enticement of fondness*/காதலின் தாகங்கள்" தொகுத்துள்ளார். இப்பொழுது *Poetry World Organisation*ல் தலைமை தொகுப்பாளராய் பல கவிதை திரட்டினை வழங்கி வருகிறார்.

அழகான வடிவமைப்பு

போகும் பாதையின்
ஏற்றத்தினளவு புலப்படவில்லை..

சரி தவறின் திருத்தத்திற்கான
நேரம் தென்படவில்லை..

எவற்றிற்கான எல்லைக்கோடும்
எண்ணும் எதிர்பார்ப்பில்லை..!

உயர்வையும் பெரிதாய்
கொள்ளும் ஆசை கூடவில்லை..!

எவ்வித கனவுகளையும்
ஈட்டிய பொருள் புலப்படவில்லை..!

ஒன்றை மட்டும்
மனதில் கொள்கிறேன்..
ஒற்றை கிறுக்கல்களையும்
கடந்து செல்கையிலே..

வறண்ட இதயத்திற்கு
இன்பத்தேனை அள்ளி
பாய்ச்சிகிறது எந்தன் கிறுக்கல்கள்..!

அவை ஒன்று மட்டுமே போதும்
எண்ணிலடங்கா என் உணர்வை
எழுதி மேலும் கற்றுக் கொண்டு
இவற்றிலே நான் இன்புற..!

கவியின் கவிதை

தொகுப்பாளர்

இவர் பெயர் சரண்யா தேவி குமரவேல். இன்று பலரின் கையெழுத்திற்கு காரணமான கர்மவீரர் காமராசர் பிறந்த விருதுநகர் மண்ணைச் சேர்ந்தவர். கணினித்துறையியல் பட்டதாரி. தந்தையின் காதலில் திளைக்கும் இளவரசி இவர்.

இவள் என்னவனின் நினைவில் என்ற படவரி கணக்கின் வழியே வார்த்தைகளின் வருணிப்பான கவிதையை வழங்குகிறார். இவர் ஐந்துக்கும் மேற்பட்ட புத்தங்களில் இணை எழுத்தாளராக பணியாற்றியுள்ளார்.

"அன்பெனும் பெருவெள்ளம் இழுக்குமேல்
அதனை யாவர் பிழைத்திட வல்லரே!"

என்ற பாரதியாரின் கொள்கையுடையவர்

ஆயிரம் வேலியுடன் ஆசைகள்

ஆசைக்கென யாவரும்
கடன் கேட்பதில்லையே..
வேலி இல்லாத ஒன்று தானே..
ஆசைகளுடன் கனவு காணும்
ஓர் உலகமே சொர்க்கம்..
முகமூடி அணியும் கோமாளிக்கு
புன்னகைக்க ஆசை..
அது நிச்சயம் பேராசை என தெரிந்தும்
சிரித்து மகிழ்விப்பான்..
எறும்பிற்கு இனிப்பின் மீது ஆசை
யாரேனும் மிதித்து விடுவார் என
அறிந்தும் உணவை தேடும்..
அடுப்பங்கரை பெண்ணிற்கு
சுதந்திரத்தில் ஆசை..
நடக்க போவதில்லை என்றாலும் புன்னகையுடன்
பிள்ளையின் சுகம் காண்பாள்...
ஆசைகள் யாவும் கனவுகளாய் மாறிட...
கனவுகள் யாவும் காவியம் படைத்திட...
காவியத்தில் சில எழுத்துகளாய்
உருவெடுக்கிறது...

சரண்யா தேவி குமரவேல்

உள்ளடக்கம்

அக்னி சிறகே எழுந்து வா 17

பா.கவுசிகா (பார்கவி)..17

அகத்தில் ஆயிரம் ஆசைகள்..18

பி.மா.வேதா 18

அகத்தின் அதீதம் 19

சக்திவேல் மாரியப்பன்..19

அசைபோடும் மனது, ஆசைக்கேது வயது 20

Shobana Priya. S 20

அடைந்து கிடக்கும் ஆசைகள்..21

Naveen Rajha 21

அடையாள வேலியின்றி போன ஆசைகள்..22

கவியருவி பா.சரவணன் 22

அந்தமற்ற ஆசைகள்..23

புவனேஷ் தமிழ்ப்பித்தன்..23

ஆசை - பெண்களின் ஆசை..24

நிரஞ்சனா தேவி மாரிக்கனி 24

ஆசை எனும் மாயவன் 25

கௌதம் விஜயகுமார் 25

ஆசை கனவே!..26

ரஞ்சனி பழனிசாமி 26

ஆசை தான்!..27

உதயகுமார்.ம..27

ஆசை நினைவுகள்..28

A.Narmadha..28

ஆசை நூறு வகை..29

பார்கவி..29

ஆசைக்கில்லையே வேலி..30

சந்தியா முரளீதரன்..30

ஆசைக்கு வேலி..31

Maryam Ahamed Jeelani Sikkander..31

ஆசைக்கென்ன வேலி?..32

நிதிஷ் ஜோ. ம..32

ஆசைக்கே ஆசை..33

Akkshaya..33

ஆசைகள்..34

ரமேஷ்குமார்.கு..34

ஆசைகள் அளவற்றது..35

ஈஸ்வர்..35

ஆசைகளின் அலைகள்..36

Mahalakshmi Rakkiapan..36

ஆசையின் முயற்சி..37

க. பிரவீன் குமார்..37

ஆசையும் நானும்..38

மஞ்சு. கி..38

ஆசையும் நிராசையும் 39

மணிராஜ். பா 39

ஆசையே அகிலம்தான்!! 40

கவிஞர். சு. சிவா..40

ஆழ் மனதின் ஆசைகள் 41

மம்தா. மு 41

ஆறாம் வகுப்பு "இ"பிரிவு..42

ஹரிகரன்.பு 42

இருந்து போகட்டுமே!..43

ழஞங' (கலாம் நேசகி அபிதா)..43

இவளின் ஆசைகள் 44

தேவகி மாதையன் 44

எங்கே? இருக்கிறானோ என்னவன்!..45

Kalaiselvi.V..45

எந்தன் காதல் காகிதம் 46

ப.ஹரிணி 46

என் ஆசைக்கு வேலியிட்ட வறுமை..47

பூ.நிவாஸ் 47

என்றும் தீரா ஆசைகள்..48

V.S.Kavipithan..48

என்னவனை நோக்கிய ஆசைகள் 49

கிறிஸ்டினாள்..49

எனக்கோர் ஆசை 50
Subramaniyan IP..50
ஒரு மகளின் கனவு..51
Priya 51
கடந்ததின் ஆசை..52
நந்தினி..52
கண்ணீருடன் யாசிக்கின்றேன்..53
கவிதையாளன் மோகன்தாஸ் பா..53
கதவுகளில்லா கனவுலகம் 54
சோ . சிவாசலபதி..54
கனவோடு நிறைவேறா ஆசைகள்..55
A.Jayanthi 55
காத்திருக்கும் ஆசைகள்..56
Abinaya..56
காதல் ஆசை யாரை விட்டதோ?..57
தமிழ் கவி நந்து..57
செல்ல மகள் 58
S Priyadharshini..58
தீரா ஆசையிலே..59
Lalithavaishnavi M..59
துளிர் விடும் ஆசைகள் கனவாய் பொய்த்திடுதே 60
M Sivasankaran Dme..60

துளிர்விடும் ஆசைகள்!!......61

மாலதி ராமதாஸ்......61

தொலைதூரம் தொலைய வேண்டும் 62

மாளவிகா இராசேந்திரன்......62

நான் கண்ட கனவு கனவாய் போனது......63

து. ரூபன் 63

நிராகரிக்கப்பட்ட தேவதையின் மொழி)ஆசையாய்(......64

சுவேதா.கண்ணதாசன் (இளவேனில்) 64

நிறைவேறா ஆசைகள் 65

Arun Lakshman M R 65

நிறைவேறாத ஆசைகள் 66

Sameullah Shenwari......66

நினைவில் ஆசைகள்......67

மு.கீர்த்திகா 67

நினைவில் முடியும் ஆசைகள்......68

கவிஞர்.ர.ரமேஷ் 68

நினைவோடு ஆசைகள்......69

தில்லை நடராஜன். பா (இதய தூரிகன்)......69

நினைவோடு தொலைந்த கனவுகள்......70

தெட்சிணாமூர்த்தி.ந 70

பெண்ணின் ஆசை 71

ஷாரிகா.தே 71

மகளின் ஆசை 72

Sandra Jone E 72

மறக்க முடியா பக்கம்!! 73

Sathakshi S 73

மாதம் ஒருமுறை 74

கிருஷ்ணகுமார் பாண்டியன் 74

முற்றுப்பெற்ற முழுநிலவு 75

தரங்கிணி முருகன் 75

யார் அவளோ? 76

Nandhini Marappan 76

வலியின் கரு 77

Sasi Kumar Jeyakkannan 77

பேராசை பேராபத்து 78

இவண் விக்னேஷ் 79

அக்னி சிறகே எழுந்து வா

குட்டையிலும் மட்டையிலும் மீன்பிடித்தவள்.
குத்தகைக்கு கூலிவாங்கி
ஒத்திகை பார்க்கிறாள்.
குற்றம் குறை என்று ஏதுமில்லை.
இதுவரை யாரையும் குத்திக்காட்டியதுமில்லை.
குடும்ப குத்துவிளக்காகி,
கூட்டு குடும்பத்தில் வாக்கப்பட்டு,
கூட்டும் பொரியலும் ஆக்கி, அவியலானவள்.
கரண்டியும், கையுமாக கிறங்கிபோனவள்.
வரிசைகட்டி நிற்கும் வாடிக்கையாளர்களுக்கு,
வாய்க்கு ருசியாக நல்லா வக்கனையாக, வடித்து
கொட்டும் இந்த வடிவுக்கரசி.
கூட்டை விட்டு அகலாத இந்த பைங்கிளி,
விடியலை எதிர்நோக்கி உதயமாகிறாள்.
அண்ட சராசரமே அதிரும் அளவிற்கு
உரக்க சொல்கிறாள்,
"ஆசைக்கென்ன வேலி,
என் கழுத்தில் கிடக்கும் தாலியா?
காற்றுக்கென்ன வேலி,
என் கனவுகளை திறக்கும் சாவி"
"பழிபோடும் உலகம் இது,
பயம் கொள்ளாமல் உன் பயணத்தை தொடர்ந்திடு"

பா.கவுசிகா (பார்கவி)

அகத்தில் ஆயிரம் ஆசைகள்

பரந்துபட்ட பாரில் பாவை பறந்திட
உலகத்தை உவகையுடன் உலாவர
இயற்கையோடு இசைந்து இணைந்திட
மழையின் மஞ்சத்தில் மயங்க
முகில் முட்டி மோதி முனைப்பது போல்
இலக்கை எட்டிவிட
தாரகையாக திகழ
காசில்லாது கல்வியை கற்க
திறமைக்கேற்ற அறிவை புகட்ட
காதலித்து கரம்பிடிக்க
துணை என்றும் துணையாக இருக்க
சமூகத்தை செம்மையாக்க
சாதி மதம் இனம் பாகுபாடில்லா
இந்தியாவை உருவாக்க
வறுமை வாட்டாதிருக்க
சிலருக்கு பொருளீட்டாசை புகழாசை பொன்னாசை
மண்ணாசை
சிலருக்கு அமைதி அன்பு இன்பம்
வாழ்வில் பெற்றிடாசை
தாயின் மடியில் மரணிக்க ஆசை
ஆசை எல்லாம் நிறைவேற ஆசை...

பி.மா.வேதா

அகத்தின் அதீதம்

அளப்பறியா எண்ணங்களின்
ஏக்கங்களே ஆசையாகும்.
சமனில்லா சதுப்புநில அண்டத்தில்
யாவும் யாவர்க்கும் என்பதே
உள்ளத்தின் ஆசை!!
பயன் கருதா பற்றுடலுதவியே
பார் நோக்கும் ஆசை!!
எக்குற்றமறியா மனம் நிறையாகி,
மெய் குறையாகியோரை அன்பெனும் மாரிகொண்டு
அரவணைப்பதே
அகத்தின் ஆசை!
வினை கொள்ளும் வேந்தனை
சிறை கொள்வதே சீதையின் ஆசை!!
சிறையிட்ட சீதைக்கு சிம்மாசனம் இட்டு,
சிகரம் தொடுவதே மறவோனின் மையலாசை!
உலாவரும் ஆசையில் உலகம் கடக்கையில்,
ஊரார் ஆசை கண்டு களித்து அதன் -
அர்த்தமறிவதிலே அதீத ஆசை!

சக்திவேல் மாரியப்பன்

அசைபோடும் மனது, ஆசைக்கேது வயது

கருவாசை கண்திறந்து புவி பார்க்கவே!
சிறு கைநீட்டி முலைபற்றி பால் அருந்தவே!
குறுநடையில் முன்நிற்கும் கழி பற்றவே!
தெருவாசை தாய் கண்மறைத்து
மண் தின்னவே!
பள்ளியாசை பலர்பார்க்க தான்
அங்கு முன்நிற்கவே!
கல்வியிலே கரைகண்டும்
ஆசைமட்டும் காசுபார்க்கவே!
கன்றினாசை கண்பார்க்கும்
கன்னியெல்லாம் கைக்கொள்ளவே!
காளையாசை வேலியுடைத்து
விதியழித்து கொடியுயர்த்தவே!
நாளையிந்த மண்ணடைந்து
விதிபடைக்கும் ஆசையுண்டுகாண்
குடும்பமென்று வந்தபின்னே
ஆசையெல்லாம் அளவெடுக்குமே!
அள்ளித்தந்து அரவணைத்த நட்புகூட அங்கு
கிள்ளிதந்து தரைபார்த்து, தான் விலகுமே!
ஆற்றுவெள்ள ஆசையெல்லாம் அணைகண்டு
தேங்கிநின்று எட்டி பார்க்குமே!
திரைமூப்பு தான்வந்து தடை போடுமே இனி!
ஆசையெல்லாம் அசைபோட்டு நினைவேற்ற
வேலியில்லையே!

Shobana Priya. S

அடைந்து கிடக்கும் ஆசைகள்

வானவில் தங்கும் வர்ணங்களாக
வாழ்ந்திட ஆசை!..
மனதில் இருக்கும் குழப்பங்கள்
மறைந்திட ஆசை!..
அன்போடு பழகும் மனிதர்களில்
பொய்யின்றி கிடைத்திட ஆசை!..
கனவோடு செல்லும் பாதையில்
கற்றுக்கொள்ள ஆசை!..
வெற்றி என்னும் சொல்லை
தினமும் கேட்டிட ஆசை!..
விதை விதைத்த விவசாயத்தில்
விஞ்ஞானி ஆக ஆசை!..
வீட்டில் இருக்கும் மங்கையருக்கு
விடுமுறை கிடைக்க ஆசை!..
பெண்களின் சுமைகளை
ஆணோடு சமமாக்கிட ஆசை!..
பயம் கொண்ட இதயத்தில் பலம் பெற
ஆசை!..சொத்துக்களை மறந்து
சொந்தகளோடு இருந்திட ஆசை!..
அடைந்து கிடக்கும் விளையாட்டுகளை
அடையாளமாய் அமைத்திட ஆசை!..
ஆசையை விதைத்து கொள்ளுங்கள்
அன்பை வெற்றிடுங்கள்!..
ஆசை என்பது நம்மில் பேராசையாகிறது!..

Naveen Rajha

அடையாள வேலியின்றி போன ஆசைகள்

மழலையின் மடியில்
நான் மழலையாக வேண்டும்...
வான் சிந்தும் மழைத்துளிகளைத்
தாங்கிடும் குடையாகிட வேண்டும்..
மலர்களின் இடையில் நானும்
புன்னகைக்கும் பூவாக மலர்ந்திட வேண்டும்...
பூந்தோட்டம் நடுவில் ஊஞ்சல் கட்டி
உல்லாசப் பறவையாய்
நானும் கூவிட வேண்டும்...
உன்னத நட்பின் தோள் சாய்ந்திட வேண்டும்..
அன்னை மடியினில் முழு நாள்
அழுதிட வேண்டும்..
தனிமையின் வரம் நீங்கிட வேண்டும்...
உறவுகளை இணைத்து
புதுக்கவிகள் வரைந்திட வேண்டும்...
இயற்கை விரிப்பில் தூக்கத்தை
தொலைத்திட வேண்டும்...
இறுதியில் கல்லறைக்குள் கண்ணீர் இல்லா
உறக்கத்தை தழுவிட வேண்டும்...
இதில் "ஆசைக்கென்ன வேலி" வேண்டும்...

கவியருவி பா.சரவணன்

அந்தமற்ற ஆசைகள்

ஈராண்டுகளாக ஏங்கிக் காத்திருந்த உள்ளம்
மிகப்பெரிய ஒரு வெற்றிக்கனியைச் சுவைக்க;
ஆனால் நிகழ்ந்ததோ? வேறுஈராண்டு .
அல்லும் பகலும் செய்த அயராத
உழைப்புகள் பலனின்றி சென்று, ஆசை
நிறைவேறாத ஏமாற்றம் மட்டுமே நிலவியது ஏனோ?
இறைவன் என் ஆசைகளுக்குச்
செவிச்சாய்க்கவில்லை
நான் பேராசை கொள்கிறேன்
என்றோ, இல்லையேல்
நான் ஆசைப்பட்டதை
அடைய தகுதியற்றவன்
என்றோ எண்ணிவிட்டான்,
என்று நானே இதயத்திற்கு
ஆறுதல் கூறுகிறேன்
இதயத்தின் வலிகளுக்கு ஆசைகள் தகர்க்கப்பட்டால்
என்ன?
நான் ஆசை கொள்வதற்கு
ஒரு கணமும் அந்தம் இல்லை
என் ஆசைகளை அணை
கட்டித் தடுக்க இயலாது கனவிலாவது .
நிறைவேறிவிடாதா? என்று
ஏங்கிக் காத்திருக்கும்
இதயத்தின் ஆசைகள் நிறைவேறும்
கணம் வருமா?

புவனேஷ் தமிழ்ப்பித்தன்

ஆசை - பெண்களின் ஆசை

பள்ளிப் படிப்பில் மாநில முதலிடம்,
அதிக தேர்ச்சி விகிதம் பெறுவது பெண்களே...
ஆனால் துறைகளில் கால் பதிப்பது
பத்தில் ஒரு பெண்ணே...
ஆசைகள் எங்கே போனது? என்னவானது?
ஆண்களின் ஆசைகள், கனவாக உருப்பெற்று
குறிக்கோளாக உயர்ந்து
இலட்சியத்தை எட்டுகிறது...
பெண்ணின் ஆசையோ, ஆசை எனும் முதல்
படிக்கட்டிலேயே விலங்கிட்டு, அது அவளது காலோடு
பிணைக்கப்பட்டு விடுகிறது...
சாதிக்கும் பெண்களின்
எண்ணிக்கை உயர்ந்துள்ளதாம்..
கணக்கெடுப்பு சொல்கிறது ,ஆம்!
ஆசையை சாதனையாக்கிய பெண்கள்
இன்னும் எண்ணக்கூடிய
அளவிலேயே உள்ளனர்...
அன்னையின் அன்பையும், தியாகத்தையும் பதிவிடும்
ஆண்கள்...
எத்தனை பேர் தன் தாயிடம், உன் ஆசை என்ன?
என்று வினவியிருப்பர்?
பதுங்குகுழி புதையலாய் உறங்கும்
அவளது நெஞ்சத்து ஆசைகள்
என்றேனும் தோண்டப்பட்டு
கொண்டாடப்படுமா?

நிரஞ்சனா தேவி மாரிக்கனி

ஆசை எனும் மாயவன்

ஆசைக்குத் தான் எத்தனை வேலிகள்...
ஆசைகளில் பல மனதுக்குள் வேலியாய்...
பாதிகள் குடும்பத்தின் பிடியில்...
மீதிகள் சமூகத்தின் பிடியில்...
இதில் ஏதோ ஒன்றை மனதில் இருந்து வெளிக்
கொணர்ந்தால் அவை..
குடும்பத்தின் கையிலும்...
சமூகத்தின் காலடியிலும்...
ஆணின் ஆசைக்காவது
காது கொடுக்கும் உலகம்...
பெண்ணின் ஆசைகளை அடுப்பங்கறைக்குள்
வைத்திருக்கும்!...
காலடியில் கிடக்கும் எனது கனாக்கள்...
கானல் நீராய் என்னுள் புதைந்து போகுமோ...?
மழை நீராய் வந்து என்னை நனைத்து செல்லுமோ...?
ஆசைப்படுவதற்கு மட்டுமே
வேலிகள் இல்லை
நிறைவேறவோ!...
நினைவாகவோ!... பல வேலிகள்

கௌதம் விஜயகுமார்

ஆசை கனவே!

எண்ணிய எண்ணங்கள் அழியா வண்ணங்கள்,
கைகளில் சேராமல் உலாவும் கனவுகள்!!!
ஆயிரம் கற்பனை ஆலம் விழுதுகள்,
மனமென்னும் கூட்டில்
துளிர்விடும் தூண்கள்!!!
ஆசைகள் ஆங்காங்கே அணையா விளக்குகள்,
தொடரும் கோட்டில் ஒளிர்விடும் சுடர்கள்!!!
காலங்கள் கரைந்தோடி
ஆவல்கள் அணையுதே!!!
இளமைகள் இளைப்பாறி
விருப்பங்கள் தளருதே!!!
உள்ளம் விரும்பும் இனியதோர் இன்பம்!!!
இறைவன் மறுத்தும் துடிக்குதே நெஞ்சம்!!!
நித்தமும் எண்ணும் நித்திரை நேரம்!!!
ஜாமங்கள் கடந்தும் விழிநீர் வழியும்!!!
அடைபட்டு கிடக்கும் கனவு கோட்டைக்கு,
ஆழ்மன எண்ணமே திறக்கும் திறவுகோல்!!!

ரஞ்சனி பழனிசாமி

ஆசை தான்!

தாயின் மடியில் தவிழ்ந்து
விளையாட ஆசை தான்!
சிறகு முளைத்து
சிறகடிக்க ஆசை தான்!
எட்டாம் வண்ணமாய்
வானவில் ஆக ஆசை தான்!
பனி பொழிவாய்
இமயம் தொட ஆசை தான்!
நோயற்ற உலகில்
மனிதனாகப் பிறக்க ஆசை தான்!
பச்சை வயலில்
களை எடுக்க ஆசை தான்!
கொட்டும் மழையில்
மீன் பிடிக்க ஆசை தான்!
எல்லா ஆசை தான், என்றும் ஆசை தான்!

உதயகுமார்.ம

ஆசை நினைவுகள்

நிலத்தின் முத்துக்கள்....
மலையின் சிகை அலங்காரம்....
நிலவின் மின்னும் பார்வை....
மழையின் ஸ்பரிசம்.....
தன்டோரம் போடும் குயிலின் ஓசை...
தினம் இரவில் எட்டி பார்க்கும் மின்மினிகள் ..
மாலை நேரத்து அமைதி...
நிறத்தின் வகைகள்...
காற்றின் வேகம்.....
தீயின் அனல்......
இவை அனைத்தும் வாழ்வில் உணர ஆசை...
நிரந்தரமாய் ,நிலையாய்
இயற்கையோடு ஒன்றாய்
உலகில் வலம்வர ஆசை....
நித்தம் நினைவுகளில்
இயற்கை அடங்கியிருக்க...
ஆசைக்கென்ன பஞ்சம்.....
இனி எதற்கு இங்கு தஞ்சம்....
நடைப்போட்ட படி கனவில் சுவைப்போம்....
இயற்கையை!!.....

A.Narmadha

ஆசை நூறு வகை

உதிராத பூக்கள் பூக்க ஆசை
அவை என் வாழ்வில் மலர ஆசை
காயங்களே இல்லாத கண்ணீருக்கு ஆசை
கனவுகளும் நிஜங்களாக ஆசை
அட்சய பாத்திரதை ஆட்கொள்ள ஆசை
அதை அனைவருக்கும் அர்ப்பணிக்க ஆசை
என் தாய்க்கு தயாய் மாற ஆசை
தகப்பனை தாங்க ஆசை
நிலவில் என்னவனை காண ஆசை
நிசப்பதமான உலகில் வாழ ஆசை
வற்றாத நதியில் குளிக்க ஆசை
வறண்ட நிலத்தை புதுப்பிக்க ஆசை
வெற்றியை விரும்ப ஆசை
தோல்வியை ஏற்க ஆசை
இன்பத்தை இறைக்க ஆசை
துன்பத்தை தூதுவார ஆசை
வானில் செல்ல ஆசை
மேகத்தை அள்ள ஆசை
ஆசைகள் பல கொடியடி, அதில்
இவை சில தானடி,
கண்களை மூடி கனவுகள் காணடி, கற்பனையில்
உன்னை வெல்லடி

பார்கவி

ஆசைக்கில்லையே வேலி

ஆசை தான்
சர்க்காரின் சாலையில்
நள்ளிரவின் நளின இருட்டில்
நானாக நான் மட்டும்
நடைபோட ஆசை தான்!
ஆசை தான் பெண்ணென
பறிக்கப்பட்ட உரிமைகள் "இனி உனக்கே"
என என் கையில் வந்து சேர ஆசை தான்!
ஆசை தான்
காடு மலை ஆறெங்கும்
ஆனந்தமாய் சென்று
தனிமையின் இனிமையில்
எனை மறந்து இளைப்பாறிட
அந்த உணர்வால் உள்ளம் உருக ஆசை தான்!
சுதந்திர உலகில் சுதந்திரமில்லா
பெண்ணின் ஆசைகளுக்கு மட்டும் என்றுமே வேலி
யில்லை
என்பதால் ஆசை தான்...
எம் போன்றோருக்கு இவை
ஆசை மட்டும் தான்!

சந்தியா முரளிதரன்

ஆசைக்கு வேலி

வேலியிட கொள்ளை
தோட்டம் இல்லையம்மா
திரையும் வேலியும் இட
முடியாத வானவெளியம்மா
இங்கு எல்லாம் எளிதாய்
கிடைத்தால் ஏறுமம்மா
தலைக்கணமும் இருளும் ஒளியும்
வருவதால் தானம்மா
இருக்குது சுவரசியமும் ஆசையின் பிடியில்
வாழ்ந்தோரும் உண்டம்மா
இவ்வுலகில் பேராசையின் பிடியில் மாண்டோரும்
உண்டம்மா
வித்தியாசம் ஒன்றும் இல்லையம்மா
ஆசையை நிறைவேற்ற செல்லும் வழி தவறெனில்
வாழ்க்கையே ஆகுமம்மா
பெரும்பிழையாய் புத்தி சொல்ல
பெரியோரும் உண்டம்மா
செவி சாய்ப்பது
தவறொன்றும் இல்லையம்மா
ஆசை ஒருபோதும் தவறில்லையம்மா
அது நிறைவாகும் வரை
மறைவாய் இருந்து பாரம்மா உன் வெற்றியை
கொண்டாட ஒரு கூட்டமே வருமம்மா

Maryam Ahamed Jeelani Sikkander

ஆசைக்கென்ன வேலி?

ஆசை கைதிகள்,
காவல் வேலிகள்.
காமத்தின் ஆசைக்கு
கருவுக்குள் வேலி
முத்தத்தின் ஆசைக்கு
சத்தமொரு வேலி
விழிநீரின் ஆசைக்கு
விம்மலொரு வேலி
உணர்வுகளின் ஆசைக்கு
உறவே வேலி
கனாக்களின் ஆசைக்கு
வினாக்களே வேலி
மறைபொருளின் ஆசைக்கு
மானுடமே வேலி
யுத்தத்தின் ஆசைக்கு
இரத்தம் ஒரு வேலி
மரணத்தின் ஆசைக்கு மறுமையே வேலி

நிதிஷ் ஜோ. ம

ஆசைக்கே ஆசை

ஆசைகளை அடுக்கி கொண்டு போனால்
வாழ்கையை அனுபவிக்க முடியாது
ஆனால் அனுபவிக்க ஆசைகள் வேண்டும்
அளவோடு ஆசைப்பட்டால் ஆசைக்கே ஆசையாக
இருக்கும்
ஆசைதான் எனக்கு, என் கனவுகள் நிறைவேற,
எனக்காக உழைக்கும்
அப்பாவிற்கு ஓய்வு கொடுக்க,
அம்மாவிற்கு காலம் முழுவதும்
சமைத்து போட,
ஆசைதான் எனக்கு,
உலகம் பெருந்தொற்றில் இருந்து
விரைவாக மீள,
இந்தியா வல்லரசு நாடாக மாற,
உலக நாடுகள் நம்மை கண்டு வியக்க,
ஆசைதான் எனக்கு, பெண்கள்
அச்சமில்லாமல் உலாவ,
நாட்டுக்காக உயிர் தியாகம் செய்தவர்கள் மீண்டு வர,
மரணத்தை துறத்தி அடிக்க,
எனது ஆசைகள் நிறைவேற்ற பெரிதாக இருந்தாலும்
அடக்க ஒரு தாளும்,ஒரு மையும் போதும்
அசைக்கு அளவே இல்லை

Akkshaya

ஆசைகள்

பதுமையின் கூந்தலுக்குள்ளே
சிக்கி கொள்ள ஆசை...
பைந்தமிழை அவளின் இதழ்களும் ரசித்து சுவைத்திட
ஆசை...
அவளின் பார்விழிகளால்
என்னை கட்டி இழுத்திட ஆசை...
அவளின் புருவத்தை கொண்டு பூக்களுக்குள்ளே போர்
செய்திடும்
அழகை காண ஆசை......
வான் பார்த்து ஏங்குகின்ற சிறு புல்லின் தாகத்தை
அவளின் இதழ் கொண்டு
போக்கிட ஆசை...
வானில் தோன்றிடும் நட்சத்திரங்களை கையில் எடுத்து
அவளின் செவி மடல்களில் வைத்து அழகு பார்த்திட
ஆசை...
பிறைநிலவினை வெட்டி எடுத்து அவளின்
முன்நெற்றியிலே பதித்திட ஆசை...
வெண்முத்துகள் கொண்டு அவளின் வெண்சங்கு
கழுதினிலே மாலையாய் அணிந்திட ஆசை...
வெண்மேகம் கொண்டு அவளின் மோகம் களைந்திட
ஆசை...

ரமேஷ்குமார்.கு

ஆசைகள் அளவற்றது

பிக்காஷோ! வரையாத ஓவியம் ஒன்று,
பெண்ணாய் உருவெடுத்துள்ளதே!
பனிப்பிரதேசம் தொலைத்த
பெங்குயின் ஒன்று,
பெண்ணாய் நடமாடுகிறதே!
சிலைகளுக்கு நடுவில் இவள் நின்றால்,
பெண் எது?சிலை எது?
என்ற கேள்வி பிறக்குதே!
வார்த்தை ஜாலம் காட்டும்,வண்ணங்கள்
இல்லா,வானவில் இவளே!
என்றோ! உணர்ந்த வாசம்,இன்று
இவன் கற்பனையை திருடுகிறதே!
மலைகளின் ராணி எனப்பெயர் கொண்டவள்,
இவன் மனைவியாவது எப்போதோ!
சொல்லமுடியாமல் தவிக்கும் இவன்மனம்,
அவள் அன்புக்கு ஏங்குவதும் ஒரு சுகமே!
காத்திருப்பை காதலிக்கும் இவன் மனம்,
அவள் கண்அசைவில் கைதாகி நிற்கிறான் தினம்
தினமே!

ஈஸ்வர்

ஆசைகளின் அலைகள்

வாழ்வில் ஆசைகள் வேண்டும்
காதலிக்க வேண்டும் ஆசைகளை
உழைப்பின்றி எதுவும் இல்லை
ஆசைகள் நிறைவேற தொடர்ந்து
பல முறை உழைக்க வேண்டும்
நிறைவேறும் என்று நினைத்து
மகிழ வேண்டும்
நிஜத்தில் ஒரு சில ஆசைகள்
நிறைவேறும் நிச்சயம்
நிறைவேறாத ஆசைகள்
நிறைவேறும் நினைவுகளில்
நிஜத்தில் வரும் ஆனந்தத்தை விட நினைவில்
பெறுவது பேரின்பம்
இன்பம் அடைய முடியும்
ஆசை நிறைவேறினால்
நிறைவேறாவிடில் நினைவால் ஆராய்வோம்
அளவுக்கு மீறினால் அமிர்தமும் நஞ்சு
அளவோடு ஆசைப்படு
வாழ்கையை அழகாக்க
ஆசையே அலை போலே
நிறைவேறாத ஆசைகளை
அலைகளால் ரசிப்போம்
நிஜத்தால் அடைய முடியாத ஆசைகளை நிறைவேறும்
நினைவுகளால் மகிழ்வோம்

Mahalakshmi Rakkiapan

ஆசையின் முயற்சி

நான் அளவையில்லா ஆசையும்...
முயற்ச்சியில்லா விளைச்சலும்...
வேண்டி கானல் நீரில் காரணங்கள் தேடி...
மாயை நதியில் ஓடினேன்...
பாதி பாதியில் அறிந்ததால்...
மீதியே புரிந்ததால்...
நிற்பவனாய் நிற்கதியற்று...
பாதிக்கான நினைவுகளுடனும்...
மீதிக்கான கனவுகளுடனும்...
நிற்பது நிகழ்ந்தவைகளாலானதாலும்...
நடப்பது நடக்கப்போவதுதான் என்பதாலும்...
நிகழ்ந்தவைகளால் நடந்தவற்றை
நடந்தபடி ஏற்று...
முற்றுப்பெறா ஆசைகளுடன் முனைகிறேன்
என் முன்வரும் காலத்தை...
முன்வரும் காலத்திலும்
அதன் முன்வரும் ஆசைக்கும்
முயற்சி என் மூச்சாக இருந்தால்
முயன்றிடுவேன்..
என் முற்றுப்பெரும் ஆசைகளுக்காக என் மூச்சின்
முற்றுவரை...

க. பிரவீன் குமார்

ஆசையும் நானும்

அளவில்லா கனவின், அரியணை ஆசையே;
வானும் மண்ணுமாய், எல்லை இல்லையே எனது
ஆசைக்கே!
அலைபோல் ஆசையில் பனியாய்
உருகவே ஆசையே!
அசைந்தாடும் காற்றாய், அகிலமும்
உலா வரவே ஆசையே!
நாளைப்பொழுது, நச்சென்று விடிய ஆசை;
தோல்வியை தோற்கடித்து,
வெற்றியை வென்று விட
வேட்கை கொள்கிறது மனது!
சுற்றும் உலகை, சுற்றி வரவே ஆசை
அடிமனதிலே, வியர்வைத்துளி
விருட்சமாவது காண ஆசையே!
ஒற்றைக் கண் பார்வையில்,
உறுத்தும் மனதை
உருக்கிடும் காதலை கைது செய்ய ஆசையே!
அலையான ஆசையை,
அணையாய் தடுக்குமோ மனது!
எனினும், புத்தனின் ஆசையை
நிறைவேற்றுவதே இன்றைய ஆசையே!

மஞ்சு. கி

ஆசையும் நிராசையும்

எனக்கோ மேலே பறக்க ஆசை
உனக்கோ என்னை பிடிக்க ஆசை
எனதாசை அடைந்தால் உனதாசை
நிராசையாகுமோ
வண்ணத்துப் பூச்சியின் வரி..கள் இவை(லி)
நான் ஏதும் இழக்கத் தயாரில்லை
இருந்தும் உன்னை இறுக்கி அணைக்க
ஆசை கொள்கிறேன்
தேனையுரியும் வண்டுக்கு பூவின் வரிகள் ..
மனிதனுக்கோ மீண்டும் மழலையாக ஆசை
தினம் தினம் அவனுக்கு ஏதோ தீராத ஆசை
திகட்டாத ஆசை
வாழ்வின் முடிவில் பாதி நிராசை

மணிராஜ். பா

ஆசையே அகிலம்தான்!!

காட்டாரை அடைப்பதற்கு பூட்டு ஏது பூட்டு?
காற்றை அடைத்து வைப்பதற்கு
கதவு ஏது காட்டு!
கனவினை அடைக்குமொரு
இருளுஏது உண்டு?
ஆசை எல்லாம் கொட்டி தீர்க்க
அகிலம் போதாதின்று!!
வண்ண வண்ண வானவில்லும் வருடமெல்லாம் பூக்க
வேண்டும்!!
பனித்துளி பொழியும் மழையில்
பணத் துளி பொழிய வேண்டும்!
சின்ன சின்ன வண்டும்,நண்டும்
இன்றுமுதல் எந்தன் சொந்தம்!!
இந்தியாவின் பூக்களெல்லாம்
எம் மண்ணில் முளைக்க வேண்டும்!!
ஆசையுடன் வாழ்ந்து வா
பூமி உனக்கு சொந்தம்!!
ஆழ் கடலை தாண்டி வா
ஆசை உனக்கு சந்தம்!!

கவிஞர். சு. சிவா

ஆழ் மனதின் ஆசைகள்

வீட்டை கடந்து நாட்டை ஆள ஆசை..
வானேங்கும் தடையின்றி
விண்ணில் பறக்க ஆசை...
மதி மயங்கும் நேரத்தில்
என்னவனின் மடி சாய ஆசை...
நிலவில் நுழைந்து அதை முத்தமிட ஆசை....
வானத்தையே சேலையாக உடுத்த ஆசை....
நட்சத்திரத்தை மோதிரமாக மாற்ற ஆசை......
கருவறைக்கு சென்று
மீண்டும் உறங்க ஆசை...
கல்லறை சென்ற பின்னும்
தமிழ் கற்பதே என் பேராசை...
காம வெறி கொண்ட நாய்கள் இல்லாத நாட்டை காண ஆசை.....
ஊழல் அற்ற
உழைப்பாளிகளை காண ஆசை....
பகுத்தறிவு கொண்ட
பெண்களை காண ஆசை......
காசில்லாமல் உணவு உண்ண
நீர் பருக ஆசை.....
அனைவரும் ஆச்சரியமடையும் அரசியல் அமைப்பதே பேராசை....

மம்தா. மு

ஆறாம் வகுப்பு பிரிவு"இ"

எழுத்துக்கள், கவிதைகளாக
காகிதத்தில் கடிதமான நாட்கள் ..
அவள் அருந்திய தேநீர் டம்பளருக்கு
காத்திருக்கும் ஈக்கள் போல்
அவள் வருகைக்கு காத்திருக்கும்
எனது கண்கள்..
தமிழ்ப் பாட வேலை தாலாட்டிய நேரங்கள்
தூங்குமூஞ்சி மரக்காற்று
தூங்கவைத்த நிகழ்வுகள்
மழை காலங்களில் மட்டும்
செய்தி பார்க்கும் பழக்கம்
அப்போது,உலகின் மிகப்பெரியக் கெட்ட வார்த்தை
"காதல்"
அர்த்தம் தெரியாத சொல் "சாதி "
பார்க்க தெரியாத ஒன்று "மதம் "
மூக்கொழுக முன்னின்று
அங்கு எடுத்த புகைப்படம் ..
தேர்வு எனும் மேடையில்
பாடல் வரி அரங்கேற்றம்
பாடம் எனும் ஓடையில்
திரைக்காட்சிகளின் சிறுசீற்றம் ..
காந்தி சிரிக்கும் நோட்டுகளாய்
அலைந்துத் திரியும் எங்களுக்கு
ஆசைகளின் ஊற்றுகளாய்
அந்த ஆறாம் வகுப்பு "இ"பிரிவு ..

ஹரிகரன்.பு

இருந்து போகட்டுமே!

திறன் நின்று வேடிக்கை பார்த்து,
உள்ளத்தின் சிந்தனையை இரசித்து,
நெஞ்சம் நினைக்கும் நிலவை,
என்றும் வாங்க போவதில்லை,
ஆசையில் திளைத்து நின்று போகட்டுமே!
தம் தம் கண்களை காண வழியுண்டோ?
அஃதும் நடக்க சாத்தியம் இல்லை!
ஆசையில் வேரூன்றி நிற்கட்டுமே!
நடக்காத திகழ்வை நினைத்தென்ன,
லாபம் கிட்டும்? என்றெண்ணாமல்
ஆசையிலாவது உயிர்த்தெழுந்து வாழட்டுமே!
நினைத்தற்கினிதாய் நினைத்து நின்று,
எல்லாம் பெறுவோம் ஆசையினில்!
மனம் மகிழட்டும்
ஆசைக்கு இல்லாத வேலியாய்

ழஞஙʼ (கலாம் நேசகி அபிதா)

இவளின் ஆசைகள்

அவன் மீதான ஆசைகள்
அவைதான்
என்மனதினுள் எழும் ஓசைகள்
கண்கள் அவனை பார்க்க துடிக்கிறது
இதயமோ அவனை ஏற்க மறுக்கிறது
அவன் புகைப்படத்தை பார்த்ததும்
என் மனதில் புன்னகை படமே ஓடுகிறது
அதற்கான விடையைத்தான்
என் மனம் தேடி அலைகிறது
உன்னிடத்தில் என் காதலை சொல்லவில்லை
அதற்கான காரணமோ ஏனோ எனக்கு விளங்கவில்லை
இது பயமா, பதட்டமா, ஏக்கமா,
எதிர்பார்ப்பா என
தெரிவதற்குள் என் வாழ்க்கை செல்கிறது
இருட்டறைக்குள் ஆசைகளோடு
காத்திருக்கும் இவள்,
எப்போதுதான் அறியப்போகிறானோ அவன்,
அதுவரை.....
வேலியோடு காத்திருக்கும் இந்த காதல்

தேவகி மாதையன்

எங்கே? இருக்கிறானோ என்னவன்!

அவன் பிறக்கும் போதே என் பெயரை
அவன் இதயத்தில் தைத்து கொண்டே வந்துள்ளான்..
இந்த என்னவளுக்காக..
உணர்வோடு எல்லாம் அறிவதற்கு
பல வருடங்கள் கழிந்தன..
பல வருடங்கள் நிறைந்தன
அதன் பிறகே என் முன்… அவன்…
புதிய தருணம் என்னவன்
என் முன் வந்துவிட்டான்..
சிந்திக்கிறான் என் கரங்களை பிடிக்க..
இணைய நினைக்கிறான் என் கவனம் என்னவனை
சேர்ந்தது….
பல நாட்கள் கழித்த பிறகு…
நாம் நினைத்தது நடந்தது இணைந்தோம்
இரு ஒருவராய்..
வாழ்கிறோம் பரிவு அல்லாமல்….

Kalaiselvi.V

எந்தன் காதல் காகிதம்

சொல்லில் அடங்காத
மொழிக்கத் தெரியாத
பேச்சினால் இனங்காத
இணக்கம் எண்ண முடியா
மாற்றத்தின் அச்சம் யாவையும்
உனது கூர்முனையால் தழுவி
எந்தன் கொள்ளைக் கொண்ட இருதயத்திற்குக்
கருவியாகி என் உணர்ச்சிமிக்க வாக்கினை
உந்தன் முனைப்புடன் உயர்த்தெழுகச் செய்து
எந்தன் காதலைப் பூர்த்தி செய்ய
வடிவம் கொடுத்து
ஒப்புமைப் பாராட்டி தூரிகைக் கொண்டு
பற்பல வண்ணங்களை திரட்டி
அவளின் அழகிற்கு ஈடாய் ஒப்பனைச் செய்து
ஆகச் சிறந்த படைப்பாய் செதுக்கி
உந்தன் மையினைக் கொண்டு
மெழுகாய் கரைந்து அவள் இமைதனில் இக்காகிதம்
சூழ
எந்தன் கேள்விக்கான விடையினைச் சமர்ப்பிக்க
அவையாவும்
எந்தன் வாழ்வில் கரம் கோர்க்க..

பஹரிணி.

என் ஆசைக்கு வேலியிட்ட வறுமை

கூரைக்குள் குன்றிருந்தோம்
குடிசை தான் எங்கள் கோபுரமாம்
ஏழ்மையில் வறுமை தான்
எங்கள் சொத்தாகும்
ஒற்றை படியில் அளந்தோம்
சிறிது பருக்கை கூடினால்
அடுத்த நாளிற்கு சேமித்திடுவோம்
உயிர் வாழும் அளவே அரிசி வடித்து
ஒரு நாள் பசியாற்றினோம்
ஒவ்வொரு நாளாக தொடர்கிறது
ஒரு வேளை உணவு மட்டும்
ஆடம்பர வாழ்க்கை இல்லை..
அத்யாவசிய செலவும் இல்லை
ஒரு வேளை உணவு தேடவே
முழு நேரத் தொழிலானது
சாலையோரம் சென்றிருந்தோம்
உண்டிசாலை உயர்ந்த
கட்டிடங்களாக கண்டோம்
உள்ளே அமர்ந்து உண்ண
ஒரு வேளை உணவு
கிடைத்திடாதா வறுமை
என்னை விரட்டியது
வாசல் படியின் வெளியே!

பூ.நிவாஸ்

என்றும் தீரா ஆசைகள்

கருவிலிருக்கும் குழந்தைகளுக்கு
பிறப்பின் மீது ஆசை
கடமை முடித்த முதியோருக்கு
இறப்பின் மீது ஆசை
பள்ளிச்செல்லும் மாணவனுக்கு
மதிப்பெண் மீது ஆசை
மழைக்கு மண்ணிண் மீது ஆசை
கடலுக்கு வானின் மீது ஆசை
புவிக்கு சூரியன் மீது ஆசை
சூரியனுக்கு கோள்கள் மீது ஆசை
இதழுக்கு சிரிப்பின் மீது ஆசை
கண்ணுக்கு அழகைக்காண ஆசை
செவிக்கு இசையை கேட்க ஆசை
இசைக்கோ சொற்கள் மீது ஆசை
சொற்களுக்கு மொழியின் மீது ஆசை மொழிக்கு
பேச்சின் மீது ஆசை
காற்றுக்கு உருவமாகிட ஆசை
கானலுக்கு நீராகிட ஆசை
உயிருக்கு ஊனின் மீது ஆசை
உணர்விர்க்கு உறவின் மீது ஆசை
ஆசையின்றி அனுவுமில்லை ஆசை தீர்ந்த
எவருமில்லை

V.S.Kavipithan

என்னவனை நோக்கிய ஆசைகள்

நான் மாளிகையில் குடிக்கொள்ள ஆசைபடவில்லை
உன் இதயத்தில் குடிக்கொள்ள ஆசிக்கிறேன்.
நான் புது பயணம்
மேற்கொள்ள ஆசைபடவில்லை!
உன் பாதம் வழி பயணிக்க ஆசிக்கிறேன்...
வெறும் வழி துணையாக அல்ல அன்பே...
உன் வாழ்க்கை துணையாக...
என் ஆசைக்கும் வேலி இல்லை!
என் அன்புக்கும் எல்லை இல்லை!
வேலி தாண்டியும் வர துணிந்த என் காதலுக்கு ...
தகுந்த பதில் கிட்டுமா?...
கிட்டும் என்ற ஆசையோடு நான்....

கிறிஸ்டினாள்

எனக்கோர் ஆசை

கழுகுப் பார்வையிலே, உயரப் பறந்து,
இவ்வுலகம் அறிந்திட ஆசை...
தேனெடுக்கும் தேனீக்களின், ரிங்காரங்களாய்
உபசரித்து, பூவிதழை விரித்திட ஆசை...
ஒரு முறையேனும், மச்சவதாரம் பூண்டு...
அலைகளை அசைத்துப்போடும், ஆழ்கடல்
அமைதியில் நீந்திட ஆசை...
மறித்த மரக்கிளையில், உயிர்வாசம் நிரப்பி,
மீண்டும் கிளையில் கனிகளாய்,
கனிந்திட ஆசை...
வண்ணத்துப் பூச்சியின்,
இறகுகளை தூரிகையாக்கி,
வானவில்லின் அங்கங்களுக்கு,
வர்ணம் பூசிட ஆசை...
தீயினால் சுடப்பட்ட, புல்லாங்குழல் தேகத்துக்கு,
காற்றாய் உருமாறி,
துளையில் நுழைந்து, கானம்பாடி,
புல்லாங்குழலின் காயமாற்றிட ஆசை...
கதிரடிக்கும் வேளையிலே, துள்ளிச் சிதறும்,
நெல் மணிகளாய், நிலமெங்கும் துள்ளித் திரிந்திட
ஆசை...
ஆசைகளெல்லாம் நிராசையாகுமுன்னே,
அதற்கோர் அணையிட்டு, அடக்கிக் கொள்ளதான்
ஆசை...

Subramaniyan IP

ஒரு மகளின் கனவு

நான் விரும்பும் கனவு தாம்..
தாம் விரும்பா கனவு நான்..
நான் உருகும் கனவு தாம்..
தாம் உதறிய கனவு நான்..
நான் வேண்டும் கனவு தாம்..
தமக்கு வேண்டா கனவு நான்..
என் ஆசை கனவு தாம்..
தாம் வெறுக்கும் கனவு நான்..
என் பகல் கனவு தாம்..
தாம் பகலிலும் காண விரும்பா கனவு நான்..
என் வாழ்க்கையின் நிறைவேறா
கனவும் தாம் தான்..
நான் நிறைவேற்ற விரும்பும்
கனவும் தாம் தான்... என்று,
எப்போதென்று தெரியவில்லை..
நின் கரம் எம் தலைகோதி தம் மடியில்
ஒரு முறையேனும் உறங்கும் உறக்கம்..
நீண்ட உறக்கமாக இருந்தாலும்
எமக்கு சொர்க்கமே...
என் தந்தையே!

Priya

கடந்ததின் ஆசை

கொடுக்காப்புளி தட்டிப் பறிக்க ஆசை
நிழலை தொட்டு பிடிக்க ஆசை
நிலவை எட்டி பிடிக்க ஆசை
நட்சத்திரம் எண்ணி முடிக்க ஆசை
ரயில் போகும் பாதையில் நடக்க ஆசை
காற்று போகும் போக்கில்
காத்தாடி விட ஆசை
பறவைகள் போகும் திசையில்
பறக்க ஆசை
சோப்புத் தண்ணி கரைத்து
குமிழ்கள் ஊத ஆசை
ஊதிய குமிழ்கள் உடைக்க ஆசை
மே மாதத்தில் கோடை மழை மேல் ஆசை
மழைநீரில் கப்பல் விட ஆசை
மீண்டும் ஒரு முறை
குழந்தையாக மாற ஆசை
ஆசை அழிவதில்லை

நந்தினி

கண்ணீருடன் யாசிக்கின்றேன்

இருண்ட என் வாழ்வில்
ஒளியினை யாசிக்கிறேன்...
வறுமையின் வெறுமையில்
வசதியை யாசிக்கிறேன்...
இடியின் அலறல் சத்தத்தில்
இனிமையை யாசிக்கிறேன்!!!....
வெய்யோன் வெம்மையில்
நிழலினை யாசிக்கின்றேன்!!!....
ஆழிப்பேரலையில் அழிவில்லா
அமைதியை யாசிக்கிறேன்!!!...
புயல் காற்றில் பூமி
குளிர்ந்திடவே யாசிக்கிறேன்!!!!...
சூழ்ச்சி சூழுலகிது சுயநலமற்று
வாழ்நதிடவே யாசிக்கிறேன்!...
நடிகர் மிகுந்த உலகில் இன்னும் நம்பி ஏமார்ந்திடவே
யாகிக்கிறேன்!!!....
கவலையின்றி கணப்பொழுதாவது உறங்க கல்லறையை
யாகிக்கிறேன்....
இன்னும் எத்தனையோ யாசிக்கிறேன் கண்ணீருடன்....
இறைவனே....
இரக்கமிருந்தால் இரந்துவிடு யாசகனின் யாசகத்தில்
ஒன்றாவது
இல்லையேல் மறுக்காமல் மறவாமல்
இந்நொடியே மரணத்தை தந்துவிடு!!!...

கவிதையாளன் மோகன்தாஸ் பா

கதவுகளில்லா கனவுலகம்

நெருக்க தேசத்து எல்லைகள் எங்கும்
பெருகிய இராணுவம் நீங்க
போர் எனும் கோரச் சொல்
மொழியாவிலும் மறையும்
மொழியால் பிரிந்த அகங்கள் இணைந்து
அன்பின் நடையில் பேச
தூர தேசத்து எழுத்து இலக்கியங்கள்
பார் எங்கும் புரியும்
இனத்திற்கொரு இறை என்று இன்றி
யாவருக்கும் நடை திறந்தால்
இனங்கள் கடந்து நோண்புச் சுடர் நிலம்
எங்கும் ஒளிரும் எங்கும் எவரும்
எல்லைகள் அற்று தேசங்கள் கடந்து
வாழ உலகப் பிறப்பெல்லாம்
உடன் பிறப்பென
நேச மேகங்கள் சூழும் உறங்கும் சிசுவின் தூய
அமைதி நாளெல்லாம்
புவியில் தவழ வாச பூக்கள் மலரும் சத்தம்
கண்டங்கள் தாண்டி ஒலிக்கும்
எவர்க்கும் எதுவும் பொதுவென திகழும் பூவுலகக் கனா கண்டேன்!
இந்தக் கதவுகளில்லா கனவுலகைக் காணும் நிகழாப் பேராசை கொண்டேன்!

சோ . சிவாசலபதி

கனவோடு நிறைவேறா ஆசைகள்

நினைவுகளில் மலர்கிறாய்
இதழ்களில் புன்னகையால் விரிகிறாய்
நேசித்தாய் உன்னால் என் உணர்வுகளும் எனக்காகவே
ப்ரியப்பட்டது
காதல் செய்தாய் உன் காதலுக்காகவே
என் உயிர்கூட கொஞ்சம்
அழகாக ஒப்பனை செய்துகொண்டது
கவிதை சொன்னாய்... உன் ரசனை கேட்ட
என் வெட்கம் கூட
நிறையவே சிவந்து போனது
நம் ஒவ்வொரு சந்திப்பிலும்...
என் ஜென்மம் கூட மீண்டும் பிறந்து
எனக்குள் நீயும் கூட ஒரு
காவிய புத்தகமானாய்
இன்று உன் அனைத்துமே எனக்குள்
நினைவுகளால் மட்டுமே நிரம்பி வழிகின்றது
நிஜத்தில் நிழல்போல் தொடர்வேன் என்ற உன் அந்த
உயிர் வார்த்தைகள் நான்
சுவாசிக்கும் காற்றில் கூட காண்வில்லையே
மிகவும் தொலைவில் தொலைத்தது
உன்னை நானா!...
இல்லை நீயே என்னை தொலைத்து சென்றாயா...?
தேடி பார்க்கின்றேன் உன்னையும் என்னையும்
கனவோடு நிறைவேறா ஆசைகளை...

A.Jayanthi

காத்திருக்கும் ஆசைகள்

அவள் கண்ணில் என்னைக் காண ஆசை..
அவள் மூச்சில் நான் சுவாசிக்க ஆசை..
அவள் இதழில்
என் இதழ் பதிக்க ஆசை..
அவள் காதுகளில்
என் சிணுங்கல் கேட்க ஆசை..
அவள் கை விரல்
என் தலை கோத ஆசை..
அவள் சிரிப்பில்
என் துன்பம் தொலைய ஆசை..
அவள் கால்கள் என்னை நெருட ஆசை..
அவள் கூந்தல் என்னை வருட ஆசை..
அவள் கம்மல் போல
கண்ணத்தை வருட ஆசை..
அவள் கொலுசுகளாய்
குதித்து கொஞ்சிட ஆசை..
ஆசைகள் ஆயிரம் உண்டு
என்னவளின் அழகை கண்டு..
ஆசையின் அனைத்துமாய் அவள் இருக்க
அனுபவிக்க காத்திருக்கிறேன் நான்...

Abinaya

காதல் ஆசை யாரை விட்டதோ?

காதல் கவிதை கேட்க காதிற்கு ஆசை...
அந்த காதிற்கு கேட்ட கவிதை
கடிதத்தில் வாழ ஆசை...
கடிதத்தில் மேல் தீண்ட பேனாவிற்கு ஆசை...
அந்த பேனாவால் திட்டிய கவிதையை
அவள் விரல் தீண்ட ஆசை...
அவள் தீண்டிய கவிதையை
உள்மனதில் கூற ஆசை...
கவிதையை உலறியபடி
அவள் வலம்வர ஆசை...
அதை காதலுடன் கண்டு
அவளை நான் ரசிக்க ஆசை...
இவை அனைத்தும் நினைத்தபடி
என் வாழ்க்கை முடிய ஆசை...
வாழ்க்கை முடியும் நேரம்
அவள் என்னருகில் இருக்க ஆசை...
ஆசைகள் பல சொல்லி
இறுதியில் அவள் இல்லை...
என் கவிதைகள் தீண்ட அவளின் கைவிரல்கள்
இல்லை...
அவளுக்காக கவிதையை வடிக்கிறேன்...
என் ஆசைகள் நினைவுகளாய் மாற...
அவள் நினைவுகள் ஆசையாய் மாற...
நினைவோடு என் ஆசைகள் நினைவோடு
ஆசைகளாய் தொடர்கிறது...

தமிழ் கவி நந்து

செல்ல மகள்

கருவில் நீ வந்த, காலம் முதலாக,
கனவும் நீயின்றி இல்லையடி !
உன் மூச்சு எனை உரச,
உன் பிஞ்சு கைகோர்த்து,
நெஞ்சம் மகிழ்ந்த கதை,
நினைக்கும் போதெல்லாம் இனிக்குதடி !
அம்மா என்றழைத்து,
அழகாய் சிரிக்கையிலே,
உடல் சிலிர்த்து போனதடி !
உன் செயலை நான் பார்த்து,
அதில் என் செயலும் தெரிகையிலே,
என் தாயின் உணர்வுகளும் புரியுதடி!
நீ காட்டும் அன்பிலே
நீ என் அன்னை என்று தோணுதடி !
என் நரம்புகள் தளர்ந்து போகையிலே
உன்மடியில் தலைசாய்ந்து
என் உயிர் பிரியனுமடி!?
எப்பிறவியில் நான் செய்ததவமோ?
என் உலகமாய் நீ வந்தாய்
என் வாழ்வின் வரமாய் !
இன்னொரு பிறவி எனக்கிருந்தால்
உன் மகளாய் பிறந்திட வேண்டுமடி!

S Priyadharshini

தீரா ஆசையிலே

சிறுவயதில் பட்டாம் பூச்சிகளாக
தந்தை கண்ணில் படும் மகள்களை !
பார்க்கும் கண்களுக்கு புலப்படாத மறுபக்கம் தன்
பட்டப்படிப்பு என்ற கனவு கூட எட்டாக் கனியாக
மாற்றும் நிலை!
காரணம் தன் மகளின்
நலனை பார்க்கும் தந்தை
அவளின் விருப்பத்தை பாராததே!
தந்தையின் கௌரவத்தை கண்கள் பார்த்ததால்
பெண்களின் விருப்பம் வாய்திறக்காமல் ஊமையாகி
போனது
தனது ஆசைகளை சிப்பிக்குள் அடைத்து வைத்தால்
மட்டுமே
பெண்கள் தெரிகிறார்கள் முத்துகளாக
உனக்கு தேவையான சுதந்திரம் கொடுத்தோம் என
கூறுவோறே
சுதந்திரம் என்பது கொடுப்பது அல்ல!!!
அது அவர்களிடம் இருப்பது இன்றைய பெண்களின்
நிலை
தங்க கூண்டில் உள்ள கிளியே!
தேவைக்கு மேல் கிடைப்பதால் தேவையானது
நிறைவேறாமல் போக ஆசைகள் நினைவில் மட்டும்
இருப்பதால் என் ஆசை மாறியது

Lalithavaishnavi M

துளிர் விடும் ஆசைகள் கனவாய் பொய்த்திடுதே

ஆயிரம் ஆசைகள் துளிர் விடும் நேரம்...
அனைத்திட துணையாய்
உடன் இல்லை யாரும்...
என் கற்பனை கடலில் கலந்தவள் எவளோ...
என் இதயத்தை இருக்கிய இந்திரன் மகளோ...
உன் கரம் பற்றி கதைத்திட பலநாள் ஆசை...
என் காதோரம் ஒலித்திடும்
பொன்சிரிப்போசை...
உன் செவ்விதழ் சுளைகளை
சுவைத்திட ஆசை...
உன் இடை இடுக்கினில் மடிந்திட ஆசை...
பெண்ணே பூவாய் பனித்துளிகளில் பிறந்தாள்...
நினைவோடு நீங்காத நிழல் போல் நின்றாள்...
நீ இன்றி நான் இல்லை
நிலை ஒன்றையும் செய்தாள்...
உன்னை அடைந்திட வழியே அறியவில்லை,
எனினும்
உன்னை ரசித்திடும் ஆசையோ குறையவில்லை...
என் ஆசைகள் அனைத்துமே இவளோடு...
அவை நிஜமின்றி போகுமோ கனவோடு....???

M Sivasankaran Dme

துளிர்விடும் ஆசைகள்!!..

தோன்றலின் எண்ணம் திரைஎதற்கு-??

வானுக்கும் ஆழிக்கும் எல்லைஎதற்கு-??

வாலிபத்தை தொலைத்தப்பின்

தேடுவதுஎதற்கு-??

காலாவதி ஆனப்பின் காலத்தை

தேடுவதுஎதற்கு-?

ஆசை அடக்கியப்பின் ஏக்கம் எதற்கு-??

தகுதி இருக்குமாயின் தயக்கம் எதற்கு??

மீளா கனவுகள் திமிறிடும் பெண்னே மீண்டெழ தடை எதற்கு??

வையகத்தில் வெற்றிடம் பல

அதில் தடம் பதிக்க அச்சம் எதற்கு..????

நீ முற்றும் இடத்தில் தொடரும் சிறகுகள்!!!..

ஆசைக்கு வேலி எதற்கு!!!..

மாலதி ராமதாஸ்

தொலைதூரம் தொலைய வேண்டும்

சொர்க்கத்தில் நின்று
நேரலையில் நிகழ்ச்சி
ஒன்று நடத்த வேண்டும் !......
வணக்கம் டா மாப்ள
சொர்க்கத்தில இருந்து!.....
ரெக்கைகளற்று வானில் மிதக்க வேண்டும் !....
படகுகள் ஏதுமின்றி
கடலினில் நடக்க வேண்டும்!.....
பெண்ணென்ற வட்டத்தை நொறுக்கி உயிறென்று சிறக்க வேண்டும்!.....
சிரிக்க மட்டுமே பழகும்
ஒரு வாழ்வு வேண்டும்!.....
ரசிக்க மட்டுமே தெரிந்த
மனிதர்கள் வேண்டும்!......
பேசும் விலங்குகள் வேண்டும்!....
வேற்று கிரக வாசம் வேண்டும்!....
தொலைந்தது தெரியாமல்
நான் மறைந்து போக
தேடுவார் யாரென்று அறியவே
யாருக்கும் தெரியாமல்
தொலைய வேண்டும்!....
எண்ணங்களுக்கு ஏது முட்டு கட்டைகள்!....
ஆசைதானே!....

மாளவிகா இராசேந்திரன்

நான் கண்ட கனவு கனவாய் போனது

நிழலும் என்னை கேலி செய்கிறது...
நிழலென நீ இருந்தாய்
என்று சொன்னதை கேட்டு...
உன் மன அறையில் இருந்து
வெளியேறிய பின்...
இருளும் பழகிவிட்டது
நிழல் இல்லாமல் வாழ...
பகலையும் விலகிவிடுவேன்
நீ இல்லாமல் வாழ...
கடத்திச் செல்கிறது...
வாழ்க்கை என்னை மட்டும் கண்ணீராய்...
வலியை தாண்ட நினைத்த போது
தான் தெரிந்தது...
வேறு வழியே இல்லை என்று...
கலங்காத நெஞ்சத்திற்கு...
கலங்கிய கண்கள் ஆறுதல் சொல்லுதடி....
நினைவுகள் கண்ணீரில் மிதக்குதடி....
நீ சென்றபோது தொலைத்த என் மனதை...
திரும்பி கிடைத்தபோது வெறுத்தேன்...
அந்த நினைவை...
பழகாத பழக்கம் வழக்கம் ஆனதடி....
இந்த கனவுகளும் எனக்கு பழகி போனதடி....
பழகி போனது நீயடி...

து. ரூபன்

நிராகரிக்கப்பட்ட தேவதையின் மொழி(ஆசையாய்)

நிஜமாய் வலிக்கிறது...!!
கனவுகளைச் சுமந்து கொண்டே
வலி சுமக்கும் இதயத்துடன்
கனவுகளின் பாதையில்
கரைகிறது கண்ணீரும் ...!!
நித்தமும் நிழலான உலகில்
கனவுகளின் வெற்றிக்காய்
நடைபோட்டே நைந்துவிட்டேன்...!!
ஆனாலும் மிச்சமிருக்கிறது
கொஞ்சம் நடக்க பலம்.. !!
எடுத்து வைக்கும் ஒவ்வொரு அடி நகர்வும்
இதோ வந்து விட்டது
வெற்றி என்றே சொல்கிறது...!!
நடை போடுகிறேன்... !!
நிராகரிப்புகள் அனைத்தும் கடந்து... !!
நிதர்சனமான வெற்றியை நோக்கி..
.நீளும் என் பாதையில்...!!
நிராகரிக்கப்புகளுக்கெல்லாம் பிடித்த
நிராகரிக்கப்பட்ட தேவதையாகவே...!!
என் ஆசைகளை மொழிகளாய் தூவிக் கொண்டே....!!!

சுவேதா.கண்ணதாசன் (இளவேனில்)

நிறைவேறா ஆசைகள்

நிறைவேறா ஆசையின்
நீண்டதொரு பட்டியல்
நெகிழி போல் நெஞ்சில் நீண்டு கிடக்கிறது
கனவுகள் கல்லறையான தோட்டத்தின்
வழியே வாழ்க்கை செல்கிறது
தாலாட்டும் சோகமும் தவித்திடும்
தனிமையாய் இரவுகள் வீழ்கிறது
எதிர்பார்ப்பில் உடைந்த ஏமாற்ற
நெஞ்மாய் என் வாழ்க்கை நீள்கிறது
முட்கள் குத்திடும் முரடான
வாழ்வினில் மீள நினைக்கிறேன்
நிறைவேறா ஆசைகள் நாளை கிடைக்கும்
என எண்ணியே என் வாழ்வை இரசிக்கிறேன்
தினம் தினம் வாழ்வை இரசிக்கிறேன்!!...

Arun Lakshman M R

நிறைவேறாத ஆசைகள்

தினமும் உன்னால்

உடைகளை களைந்து நீ

என் மார்பை பிசைந்து

பலரும் அவன் என்ன செய்றான்

யார் சாயல், எப்படி இருக்கான்

என்ற வார்த்தைகளுக்கு பதிலளிக்க

முடியாமல் மலடியாய் நான்

Sameullah Shenwari

நினைவில் ஆசைகள்

நதியாக ஓடும் நீரில்
நனைந்தாடும் இலையாக ஆசை!
நகை தரும் நகைப்புகளுக்குள்
நயமாகி நகைப்பூட்ட ஆசை!
நகர்ந்து செல்லும் மேகங்கள் நடுவே
நனைந்தாடும் நிலவொளியாக ஆசை!
நரகம் என்னும் நகரத்தின்
நடுநிலை காண ஆசை!
நால்திசையோடு நகரம் குறிக்கும்
நாட்டின் வரைபடமாகிட ஆசை!
நான் அவன் நாங்கள் ஆன போதும்
நான் என்பதை மறவாதிருக்க ஆசை!!
நாள் காட்டியின் இதழ்களில்
நல் குறிப்பாய் வாழ்ந்திட ஆசை!
நிலையற்ற இவ்வுலகில்
நிலையில்லை எனினும்
நிலைமாறா நிலைப்பாய் வாழ ஆசை!
நிழல் அற்று நின்றாலும் நிஜங்களை
மறைக்காது இருக்க ஆசை!
நினைவெங்கும் ஆசைகள்
நிறைந்து இருப்பினும்
நினைவிழந்து போகவே நினைவில் ஆசை!

மு.கீர்த்திகா

நினைவில் முடியும் ஆசைகள்

வாழும் இந்த மாய உலகில்
யாவும் ஆசையே..!
ஆசையற்ற மனிதனை காண முடியாது
நிலவை எட்டி பிடிக்க ஆசை! நிலவின் ஒளியை
போல் பிராகசிக்க ஆசை!!
வானவில்லின் மீது ஏறி
வண்ணங்கள் தீட்டிட ஆசை!!
விண்ணில் மிதந்திட ஆசை!!
பறவையாய் பறந்திட ஆசை!!
வண்ணத்துபூச்சியாய் சிறகடித்திட ஆசை!!
மேகங்களாக மாறி மழையாய்
பொழிந்திட ஆசை!!
தென்றலாய் மாறி மரங்களுக்கு
முத்தமிட ஆசை!!
பனித்துளிகள் போல் புல்லின்
மேல் உறங்கிவிட ஆசை!!
பூத்துக் குலுங்கும் வண்ண
மலர்களை போல் வாழ ஆசை!!
ஆசைகளுக்கு எல்லைகளும்
முடிவுகளும் கிடையாது!!
நினைவோடு நினைவாகவே
முடிவடைந்து விடும்!

கவிஞர்.ர.ரமேஷ்

நினைவோடு ஆசைகள்

தேவதையே உந்தன் பார்வை,
என்ன கண்ணின் பார்வையா,
இல்ல காந்த பார்வையா,
காலை மனதை கவர்ந்து, இழுக்கும்,
உன் நினைவு எனும் சிறையில்,
என்னை ஆயுள் கைதி ஆக்கினாய்!
என் காதலியின் நினைவு கூட சுகம் தான்!
நினைவின் சுகத்தை நிஜமாக்கு வாயா அன்பே!
நித்தம் உன் நினைவுகளில் தவிக்கும் எனக்கு
உன் நினைவுகளே நிழல்கள்....
உன் நினைவுகளே கனவுகள்.....
உன் நினைவுகளே வாழ்க்கை

தில்லை நடராஜன். பா (இதய தூரிகன்)

நினைவோடு தொலைந்த கனவுகள்

ஏனோ கனவுகளும் கலைந்து போனது!...
காலமும் கடந்து போனது!...
எனக்கும் இருந்தது பல கனவுகள்!...
காத்திருந்தேன் நிறைவேறும் என்று!...
காலம் செல்லச் செல்ல நானும் வளர்ந்தேன்!...
என் கனவுகளும் என்னோடு வளர்ந்தது!...
பள்ளியில் பாதி கனவுகளை தொலைத்தேன்!...
கல்லூரியில் பாதி கனவுகளை தொலைத்தேன்!...
இந்த சமூகத்தின் ஏச்சுக்கும் பேச்சுக்கும்!...
பெற்றவர்களுக்காவும் மீதி கனவுகளை
தொலைத்தேன்!...
இன்று முழுவதையும் தொலைத்து விட்டு நிற்கிறேன்!...
நானும் தொலைந்து போய்!... தொலைப்பதற்கு கனவு
இல்லை!...
கனவு காண நேரமும் இல்லை!...
என் வாழ்கையின் இறுதி நாளன்று
கண்ட கனவுகளை கனவாகவே என்னோடு
எடுத்து செல்ல காத்திருக்கிறேன்!...

தெட்சிணாமூர்த்தி.ந

பெண்ணின் ஆசை

பெண் என்னும் மதிலைத் தாண்டி
என் உரிமைகளுக்காய்ப் போராட ஆசை...
பாரதிகண்ட புதுமைப் பெண்ணாய்ப்
பாரில் புரட்சி செய்ய ஆசை.....
ஆண் என்ற ஆணவம் நீங்க
அன்பை அவனுள் புகற்ற ஆசை.....
பெண்ணைப் பெண்ணாக நினைத்து
அவள் கனவுகளை மதிக்க ஆசை.....
ஆவணக் கொலைகள் அழிய ஆசை....
பெண்ணின் நிறத்தை விட்டு அகத்தைப் பார்க்க
ஆசை.....
மாதவிடாய் பெருங்குற்றமல்ல என்று
ஆண் பிள்ளைக்குச் சொல்லிக் கொடுக்க ஆசை.....
விலைமாதுவுக்கும் மனதுண்டு என ஆண்கள் உணர
ஆசை....
வீதியில் செல்லும் பெண்கள் எல்லாம் விலைமாது
அல்ல என
அய்யோக்கியர்கள் உணர ஆசை....
கற்பனையில் கண்ட பெண் சுதந்திரம் நினைவிலும்
நடக்க ஆசை.....
கவிப் புனையும் கவிஞராய் காரிகையைக் காவியமாக்க
ஆசை.....
என் ஆசைகள் எல்லாம் நிஜமானால்
ஆசையின் ஏணி மீதி மீண்டும் ஏற ஆசை.

ஷாரிகா.தே

மகளின் ஆசை

உன்னை ஒருமுறை காணவும்...
'மகளே' என்று நீர் பாசத்தோடு அழைக்கும்
குரலொசை கேட்டிடவும்...
உன் கரம் பிடித்திடவும்...
நீர் கூறும் கதைகளை உன்மடி அமர்ந்து
இரசித்திடவும்..
உன்னுடன் இணைந்து ஓடியாடி விளையாடிடவும்...
நெஞ்சோடு உன்னை அணைத்திடவும்...
'அப்பா' என்றழைக்கவும்...
ஆசையாம் ஆசை !நிறைவேறா ஆசைகள்
என்னுள்ளே ஏராளம்...
ஆயினும் நீர் விட்டுச்சென்ற கடமைகளையும்
உன் ஆசைகளையும் நிறைவேற்றிட
உன் நினைவுகளோடு தொடரும் என் வாழ்க்கை
பயணம்....
இதோ! உன் சாயலாக நம்பிக்கையுடன்
உன் கல்லறை என்னும் வேலிக்குள்ளே நான்!

Sandra Jone E

மறக்க முடியா பக்கம்!!

தீராக்காதல்,
மாறா நேசம்,
சொல்லா கோபங்கள்,
தொடவும் முடியாமல்,
தொடரவும் முடியாமல்,
அகலா உன் சிரிப்போடு,
மறையா நினைவுகளும்,
இவற்றோடு ஒட்டிக்கொள்கிறது,
என் கண்ணீரின் பிசுபிசுப்பும்,
விழிகளில் கண்ணீராய் நிறைந்தாய்,
கண் விழிக்கையில் சற்றே மறைந்தாய்,
கவலைகள் கண்ணத்தை நனைக்க,
தள்ளாடி தள்ளாடி போகிறேன்,
சொல்லாமலேயே கொட்டித் தீர்க்கிறேன் என்னுள்ளே,
சொல்லத்தான் ஆசை,
என் வாழ்க்கை புத்தகத்தில்,
மறக்க முடியாத பக்கம் நீ என்று!

Sathakshi S

மாதம் ஒருமுறை

நீண்ட நாளாக ஆசை
இரண்டு கைகளையும் கத்திரியும் வைத்து
ஒரு ஊரையே திருப்தி செய்யும் சலூன் கடைக்காரர்
தான்.
யார் சொன்னாலும் ஒத்துக்கொள்ள
முடியாததை இவர் சொன்னால் மறுசொல் வராது
யாரிடமும்
"தலைக்கு மேல் வேலை உள்ளது என்று" மற்றொருவர்
முகத்தில் சிரிப்பும், அவன் கையில் கூலியும், நிறைவும்
எப்படி ஒன்றுசேர கிடைக்குமேன்று.
என்றாவது ஒரு நாள் நானும் அதைச் செய்யவேண்டும்.
வாரத்தின் முதல்நாள் மீண்டும் கடைக்குள்,
மாதம் ஒருமுறை என் ஆசைக்கு அடறக்கருப்பு
அதிகமானது!

கிருஷ்ணகுமார் பாண்டியன்

முற்றுப்பெற்ற முழுநிலவு

வயதொன்றில் எட்டிவைக்க,
மூவயதில் வாயசைக்க,
ஐந்தில் துள்ளிவிளையாட,
பத்தில் தோழமைதேட,
பன்னிரண்டில் என்றுரைக்க "நான் டாக்டர்",
பதினைந்திலோ பருவமுற,
பதினெட்டில் காதல் மலர,
இருபதில் புத்திபிறக்க,
இருபத்திரண்டில் தெளிவுற்றிருக்க,
"மேடையமைத்து மேலம்கொட்டி ",
இனிமையுற்று இல்லறத்தில் புகுத்தப்பட்ட
இனியவளின் கனவு "டாக்டர்",
அழிந்த கோலமானது!..
வேடம் தரித்த பிறைநிலாவோ,
தன் விண்ணிடம் விவரமுறைக்க,
பின் உருமாறி, ஒளிபெற்ற, முழுநிலவாகி,
"வேலியைத்தாண்டி வெற்றிகண்டதென் ஆசை"
என்றுரைத்து ஒளிவீசியது!..

தரங்கிணி முருகன்

யார் அவளோ?

சொல்ல இயலுமா?
அவள் வாழ்வில் படும் துயரை,
உன் ஆசைக்கு என்றும் இல்லை வேலி உன் வாழ்க்கை
நீ வாழ்வதற்கே!
கிடைத்த ஒரே வாழ்வையும்
தனக்காய் வாழாமல்,
உன்னை சுற்றியுள்ளவர்களுக்காக வாழ்ந்தாய்,
உன் ஆசையும் கனவையும் துறந்து,
இனி எதற்கு ?
உன் ஆசை எதுவோ அதற்கான முயற்சி எடு,
உன்னை சுற்றியிருந்த
வேலியை அகற்றினால்!
உனக்கான பாதையை
நோக்கி விரைந்து செல்,
உன் ஆசையுடனும், கனவுடனும்,
ஏனெனில், உன் ஆசைக்கோ
என்றும் இல்லை வேலி!!!

Nandhini Marappan

வலியின் கரு

பல வருடங்கள் கழிந்தன
குழந்தை பெறா தம்பதியாய்...
கேள்வியாய் உறவினர்கள்
விசேஷம் உண்டா என்று
விடை தெரியா வினாவாய்...
மருத்துவம் கை கொடுக்காதது,
கோவில் கை கொடுக்கும் என்று
கட்டினோம் தொட்டில்களை...
சுபகாரியத்தில் நின்றால் கூட
வார்த்தைகள் குத்தும் முள்ளாய்,
உதிரங்கள் கண்ணீராய்,
மனதில் ஏக்கத்தில் மழை
குழந்தைக்காக ஏங்கும் இருமணம்
மலடியாய் வஞ்சிக்கின்ற மாக்கள்..
அழுகின்ற குழந்தையின்
சொல்ல இயலா வலியாய்...
தேடி தேடி கிடைக்காத செல்வம்,
கேட்காதோ உலறலின் ஓசை,
உணராதோ சிசுவின் வாசம்,
புலம்பல்கள் மௌனமாய்....
தந்தையாய் யாசிக்க, தாய்ப்பாலை பொழிய,
ஊரார் மொழி அடங்க,
பெறுவோமோ ஒரு சிசுவை
நிறைவேறாத ஆசைகள் நிறைவேறுமா...

Sasi Kumar Jeyakkannan

பேராசை பேராபத்து

நானும் என் நண்பனும் தனியார் நிறுவனத்தில் வேலை செய்து வருகிறோம். எனது நண்பன் ரமேஷ்க்கு ஒரு அழைப்பு வந்தது. ஹலோ நான்தான் சந்தியா பேசுறேன். உங்க போன் நம்பருக்கு ஒரு ஆஃபர் அடிச்சிருக்கு 12000 ரூபாய் மதிப்புள்ள போன் 2000 ரூபாய்க்கு தருகிறோம் என்று கூறினார் சந்தியா. அதே சமயம் அவனுடைய போன் பழுதாகி இருந்ததால் இதுதான் நல்ல சந்தர்ப்பம் என ஓகே என்று சொல்லிவிட்டான் சரிங்க உங்களுடைய முகவரி எல்லாம் இந்த எண்ணிற்கு அனுப்பி வைங்க உங்களுக்கு இன்னும் ஐந்து நாட்களுக்குள் மொபைல்போன் வந்துவிடும்க போஸ்ட்நீங் .மேன் கிட்ட காசு கொடுத்து வாங்கிக்கோங்க என்று கூறினார் சந்தியா. கேஷ் ஆன் டெலிவரி தானே என்று நம்பிக்கையுடன் அவர் சொன்ன மாதிரியே அவனுடைய முகவரியை அந்த எண்ணிற்கு அனுப்பி வச்சான். ஐந்து நாள் கழித்து ஒரு மொபைல் பார்சல் வந்தது அவங்க வீட்டுக்கு, அந்த மொபைலுக்கான அமௌன்ட் 2000 ரூபாய் போஸ்ட்மேனிடம் கொடுத்துவிட்டு அந்த பார்சலை வாங்கினான் ரமேஷ். ரமேஷுக்கு ரொம்ப மகிழ்ச்சி எப்படியோ குறைந்த விலையில் மொபைல் வாங்கிட்டோம்சிறிது நேரம் .

கழித்து அந்தப் பெண்ணிடமிருந்து அழைப்பு வந்தது, என்ன சார் நான்தான் சந்தியா பேசுறேன் மொபைல் வாங்கிட்டீங்களா? ம்..... வாங்கிட்டேன் நன்றி மேடம் என்று ரமேஷ் கூறினான். அந்த பார்சலை பிரித்து பாருங்கள் என்றார் சந்தியா. உடனடியாக வீட்டுக்குள்ள போய், அந்த பார்சலை மகிழ்ச்சியுடன் பிரித்து பார்த்த போதுதான் அதிர்ச்சி காத்திருந்தது ரமேஷ்க்கு. அந்தப் பார்சல் உள்ளே போன் கவர் இருந்துச்சு ஆனா போன் இல்ல அதுக்கு பதிலா ஷாம்பு டப்பா தான் இருந்ததை பார்த்து அதிர்ச்சி ஆனான் ரமேஷ்இப்படி !அடடா . .ஏமாந்து விட்டோம் என்று புலம்பினான் உடனடியாக அந்த எண்ணிற்கு அழைக்க போன் ஸ்விட்ச் ஆஃப் என்று வந்தது, மீண்டும் மீண்டும் முயற்சித்தும் பயனில்லை. திரும்பி அனுப்பவும் முடியவில்லை. குறைந்த விலையில் கிடைப்பதாக பேராசை பட்டதற்கு அவனுக்கு கிடைத்த மாபெரும்பரிசு இதுதான்ஷாம்பு . டப்பா... பேராசை பேராபத்து என்று அவனுக்கு புரிந்தது. அவன் ஏமாந்தது பற்றி மற்றவர்களிடம் கூறி விழிப்புணர்வு ஏற்படுத்தினான் ரமேஷ்.

இவண் விக்னேஷ்